반쯩반짜이

Sự tích bánh chưng bánh giày

글_박선미(베트남어·한국어), 이서현(영어)
그림_박선미, 박상우

옛날 흥부엉 시대에 20명의 왕자가 있었어요.
20명 왕자들은 모두 학문과 무예가 뛰어났어요.
그 중 18번째 왕자 랑리에우는 매우 착하고
부지런하여 농사짓기도 좋아했어요.

Tục truyền rằng, vua Hùng Vương thứ sáu có
hai mươi người con trai.
Các hoàng tử đều tài giỏi văn võ song toàn.
Hoàng tử thứ mười tám tên là Lang Liêu
thì rất hiền lành, chăm chỉ và yêu thích việc đồng áng.

홍부엉 임금님은 침략자를 진압하고 나서
군사들과 백성들에게 수고하였다고 큰 잔치를 열어줬어요.

Năm ấy dẹp xong giặc ngoại xâm,
nhà vua mở hội khao quân cho toàn dân.
Thấy tuổi đã già và sức cũng ngày một suy yếu nên vua Hùng
muốn tìm người tài để truyền ngôi báu.

큰 잔치 중에 임금님은 왕자들을 불러서 말했어요.

"나는 이제 나이가 많아 건강이 점점 나빠지고 있으니,
다음 설날까지 너희 중 누군가가 특별하고 의미 있는 물건을 구해 와서
하늘과 나에게 바친다면 왕위를 물려주도록 하겠다."

Nhà vua cho gọi các hoàng tử đến và truyền rằng

" Vào dịp lễ tết đầu năm,
ai trong các con tìm được của ngon
vật lạ,có ý nghĩa để tế trời,
đất thì ta sẽ truyền ngôi báu cho"

임금님의 말씀을 따라
왕자들은 보물을 찾기 위해 여러 곳으로 향했어요.

왕자들은 모두 왕위를 계승하고 싶어 했고,
스스로가 왕이 될 자격이 있다고 생각했기 때문에
위험을 무릅쓰고 높은 산이나 깊은 숲속 그리고 넓은 바다로
자기 하인들을 보냈어요.

Vâng lời vua cha,
các hoàng tử lập tức cho người đi
khắp nơi để tìm kiếm của ngon vật lạ.

Ai cũng muốn thể hiện cho vua cha thấy mình
là người con tài giỏi nhất, xứng đáng nhất để thừa kế ngai vàng.
Các hoàng tử đốc thúc bộ hạ lên rừng săn thú bắt chim quý,
hoặc là bắt dân chài xuống biển tìm ngọc trai...
bất kể tai họa nguy hiểm tính mạng.

하지만 랑니에우 왕자는 엄마도 일찍 돌아가시고
집에 하인들도 많지 않아서 형들처럼 할 수 없었어요.

그 무렵 쌀 수확 시기가 다가와 벼는 누렇게 익어 가고,
집집마다 웃음꽃이 피어났어요.

랑리에우 왕자는 기름진 땅과 향긋한 벼의 냄새를 느끼면서
이곳에 뭔가 특별한 예물이 있을 것 같다고 생각했어요.

Lang Liêu thì mồ côi mẹ từ nhỏ, nhà cũng ít gia nhân
nên chẳng biết làm gì để tranh đua cùng các anh.

Lúc này đang vào mùa thu hoạch,
lúa chín rộ một màu vàng ươm trải khắp ruộng đồng.
Nhà nhà tràn ngập tiếng cười hạnh phúc.

Lang Liêu cũng ra đồng, mùi bùn đất lẫn với mùi thơm hương lúa
chín như muốn mách chàng món quà dâng biếu vua cha.

그 날 저녁, 랑리에우와 아내 그리고 하인들은 벼를 베며

임금님께 드릴 예물을 쌀로 하는 것에 대해 의견을 나누었지만

어떻게 할지는 결정하지 못했어요.

그리고 그날 밤,

랑리에우의 꿈속에 한 신령이 나타나서 말했어요.

"이 세상에서 무엇보다 소중한 것은 쌀이란다.

찹쌀로 떡을 만들어 동그란 모양으로는 하늘을,

네모난 모양으로는 사람과 동물 그리고 식물의 상징을 만들어라."

Tối về nhà Lang Liêu cùng vợ và gia nhân đập lúa dưới trăng.

Chàng bàn với mọi người là dùng gạo

nếp thơm dẻo này để làm quà biếu vua cha,

nhưng chưa biết phải làm như thế nào.

Đêm ấy Lang Liêu nằm mơ, chàng thấy một vị thần hiện lên và nói

" Trên đời này không gì quý bằng cơm gạo.

Hãy lấy gạo nếp thơm để làm hai thứ bánh.

Một bánh nặn hình tròn để tượng trưng cho bầu trời,

một bánh nặn hình vuông để tượng trưng cho hình đất,

lấy thịt đỗ làm nhân và bọc lá để tượng trưng

cho con người với muông thú vạn vật..."

다음날부터 아내와 부하들은 모여서 꿈을 이야기하고

떡을 만들기 시작했어요.

Hôm sau tỉnh dậy Lang Liêu kể lại giấc mơ cho mọi người nghe

và bắt đầu làm bánh.

깨끗하고 좋은 찹쌀만을 골라,
절반은 쪄서 부드럽게 찧은 다음 원형으로 빚었어요.
그리고 나머지 반은 사각형으로 빚고
녹두와 돼지고기를 버무린 소를 넣어서
나뭇잎으로 예쁘게 싸고 24시간을 끓였어요.

Chọn gạo nếp thật ngon, vo sạch sau đó chia đôi.
Một nửa mang xôi lên thật dẻo rồi dùng chày giã
mịn nặn thành bánh hình tròn.
Nửa còn lại dùng lá gói thành hình vuông,
nhân bên trong là đậu xanh và thịt lợn, sau đó xếp vào nồi lớn,
đun kỹ suốt hai mươi tư tiếng đồng hồ.

다음해 설날이 되자
왕자들은 특별히 좋은 것들을 많이 찾아 왔어요.
랑리에우도 가장 맛있고 모양의 예쁜 떡들을 꼼꼼하게 골라서
궁궐로 가져갔어요.

Đến ngày hội xuân,
các hoàng tử đều mang về cho vua cha nhiều của ngon vật lạ,
Lang Liêu cũng chọn kỹ những tấm bánh ngon nhất,
đẹp nhất để mang đến kinh thành.

임금님은 다른 형들의 특별한 예물보다
랑리에우의 떡에 실망했지만
떡을 먹어 보신 후에는 그 맛에 놀라워 하셨어요.

그리고
"이 떡은 대체 어떻게 만든 것이냐, 모양의 의미는 무엇이냐?"
하고 물어 봤어요.

랑리에우는 사실대로 말씀드리고
꿈 이야기도 해드렸어요.

Bên lễ vật của các anh thì lễ vật của Lang Liêu thật quá quê mùa,
ai nấy nhìn đều cảm thấy thất vọng.

Sau khi vua cha nến thử vị bánh thấy rất ngon bèn hỏi
cách làm và ý nghĩa như thế nào.

Lang Liêu liền tâu hết cách thức ý nghĩa và cả giấc mơ cho
vua cha và quần thần nghe.

Sự tích
Bánh chưng
Bánh giầy

임금님은 무척 기뻐하며
"이 떡은 맛도 있지만 특별한 의미도 담겨
하늘과 나에게 바쳐졌다. 랑리에우에게 왕위를 물려주겠다."고
명령을 내렸어요.

이후 원형 떡은 '반짜이', 사각형 떡은 '반쯩'이라는 이름을 갖게 되었어요.

Sau khi nghe xong nhà vua trịnh trọng
" Thứ bánh này chẳng những ngon
mà còn có nhiều ý nghĩa đặc biệt.
Ta chọn lễ vật của Lang Liêu để tế trời đất và
Lang Liêu xứng đáng được truyền ngôi báu".

Nhà vua còn đặt tên cho bánh hình tròn là "bánh giày"
và bánh hình vuông là "bánh chưng".

그래서 지금도 베트남 사람들은 설날 집집마다
반쯩과 반짜이를 만들어
하늘과 조상의 제사상에 꼭 올린답니다.

Từ đó đến nay đã thành tục lệ,
cứ tết đến là nhà nhà gói bánh chưng bánh
giày để cúng tổ tiên và trời đất.
Đó cũng là nét đẹp văn hóa truyền thống của dân tộc Việt Nam ta.

Story of Traditional Vietnamese Food,

"Banh chung Banh giay"

During the Hung Vuong dynasty, there were twenty princes. All of them excelled in both academics and martial arts.

The 18th, Lang Lieu, was especially loving and diligent, enjoying farming.

One day, King Hung Vuong held a big feast for the soldiers and the people to celebrate their efforts in successfully resisting against a foreign invasion.

During the feast, King Hung Vuong gathered the princes and announced, "As I am getting older by days, I will abdicate my throne to a prince who can bring a meaningful 'object' as a tribute to the God and myself."

The twenty princes headed every which way in search for the 'treasure'. Obviously, every prince wanted to, and thought that they had the right to succeed the throne. Therefore, they took risks – they searched in the deep forests and sent servants to the ocean to look for the 'treasure'.

However, unlike other princes, Lang Lieu did not try to compete against his brothers as his mother passed away at an early age, and he did not have as many followers.

By the time rice harvest time has approached, imbuing the fields with rich gold.
Smiles never left the people's faces.
Enjoying the scent of rich soil and fresh rice, prince Lang Lieu felt that there might be something special here.

That night, Lang Lieu, his wife and his followers contemplated over the idea of giving rice as to the King as they harvested the crops, but could not come to a decision.

That night, God appeared in Lang Lieu's dream, and told him, "Rice is the most important treasure among all things in the world. Make rice cakes into circles to represent the sky and into squares to represent life."

The next day,
his wife and servants gathered up and started to make rice-cakes.

They picked the finest rice and used half of it to steam and pound into circular shapes. The other half was shaped into squares and filled with mung beans and pork before they wrapped them in leaves and boiled for a whole day.

When the day came, the princes brought a lot of special 'treasures'. Lang Lieu picked out the finest of his rice cakes and took them to the palace.

King Hung Vuong was bit disappointed by how boorish the rice cake looked, but eventually was impressed by the taste.

King Hung Vuong asked, "How did you make this rice cake, and what does it mean?"

Lang Lieu told exactly what happened including his peculiar dream he had several nights ago.

King Hung was pleased and said, "This rice cake is not only appetizing, but also was granted to the sky and me with a special meaning. I will inherit my throne to my son, Lang Lieu. Congratulations."

King Hung Vuong named the circular-shaped rice cake as "Banh giay" and the square-shaped rice cake as "Banh chung".

Today, Vietnamese people still do not forget to serve their ancestors Banh giay and Banh chung during lunar new year rituals.

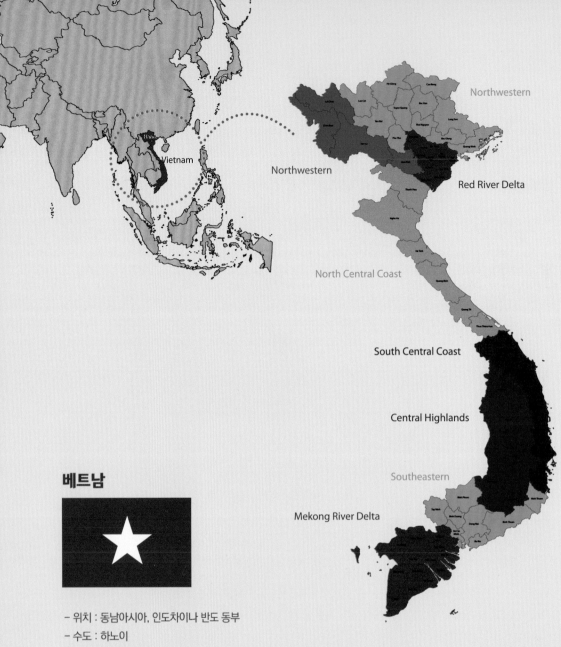

베트남

- 위치 : 동남아시아, 인도차이나 반도 동부
- 수도 : 하노이
- 언어 : 베트남어
- 종교 : 불교(12%), 카톨릭(7%), 기타
- 정치·의회 형태 : 사회주의공화제, 단원제

베트남의 정식명칭은 베트남 사회주의공화국이며 동남아시아의 인도차이나 반도 동부에 위치해있습니다. 중국과 라오스, 캄보디아와 국경을 접하고 있는 나라로 세계 최대의 인구과밀 국가 중 한 곳입니다.

홍강과 메콩강 삼각주의 비옥한 땅을 중심으로 쌀농사가 발달하였는데, 따뜻한 기후 덕분에 1년에 두 번에서 세 번까지 쌀을 수확할 수 있습니다. 이에 쌀로 만든 음식이 발달하였고, 특히 쌀국수는 전 세계에 베트남 대표음식으로 널리 알려져 있습니다.